Trắng & Đen

Số đếm & Hình dạng

○ ○ ○ ○ ○ ○ ○ ○

Black & White
Numbers & Shapes

Một

One

Hình tròn

Circle

2

Hai

Two

Hình lưỡi liềm

Crescents

Ba

Three

Hình tam giác

Triangles

Bốn

Four

Hình vuông

Squares

Năm

Five

Ngôi sao

Stars

Sáu

Six

Hình thoi

Rhombuses/Diamonds

7

Bảy

Seven

Hình trái tim

Hearts

Tám

Eight

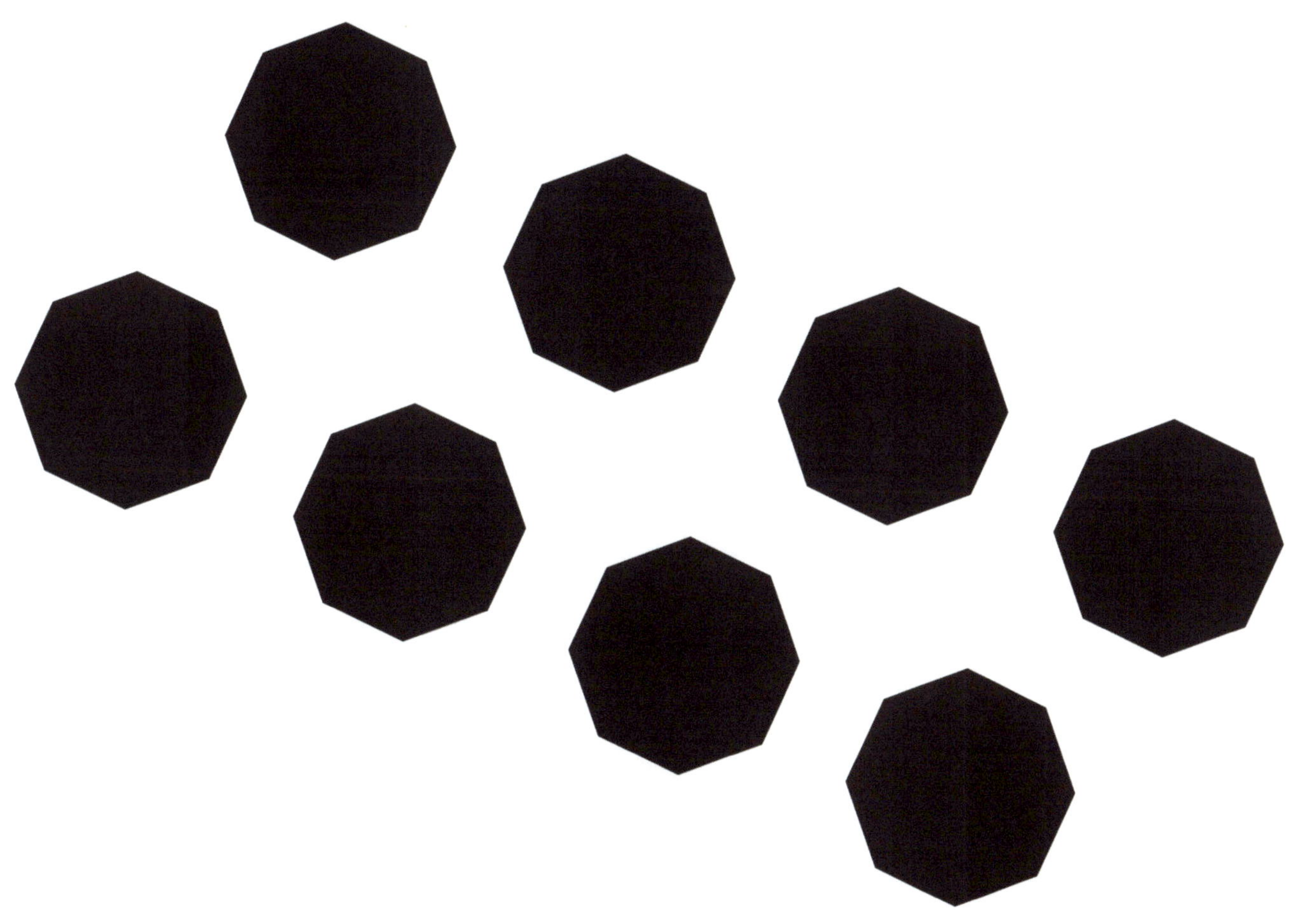

Hình bát giác

Octagons

Chín

Nine

Hình thang

Trapezoide

10

Mười

Ten

Hình bầu dục

Ellipses

Mình cùng đếm nào!

Let's count!

Hình dạng

Hình tròn
Circle

Hình lưỡi liềm
Crescent

Hình tam giác
Triangle

Hình vuông
Square

Hình ngôi sao
Star

Shapes

Hình thoi
Rhombus

Hình trái tim
Heart

Hình bát giác
Octagon

Hình thang
Trapezoid

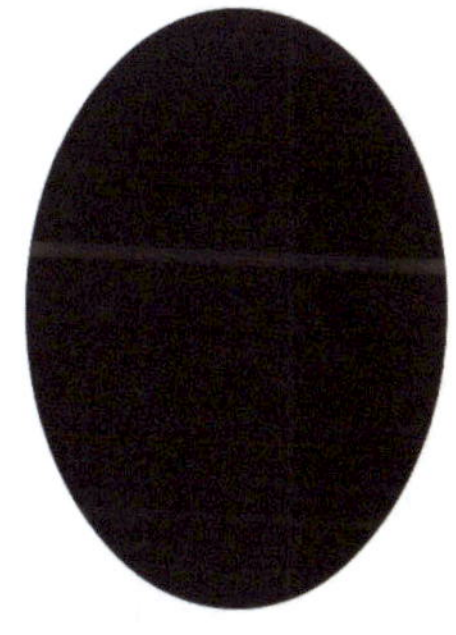

Hình bầu dục
Ellipse

Ghép vài hình lại với nhau,
bé thấy gì nào?

What do you see
when we combine a few
shapes together?

Một người tuyết

One snowman

Một ngôi nhà
One house

Hai chiếc xe tải

Two trucks

Ba cây kem
Three cones of ice cream

Bốn con thuyền

Four boats

Ngày
Daytime

Đêm

Nighttime

For baby AK

Scan this for Vietnamese
pronunciation audio support

@little.ears.books

ISBN (paperback): 979-8-9922343-2-9
ISBN (ebook): 979-8-9922343-8-1